Celebrating the Birthday of:

____

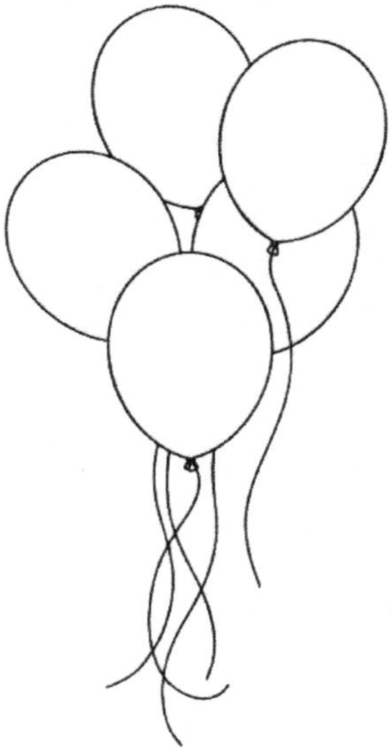

Date: ______________________

Time: ______________________

Location: ___________________

____

____

WE WISH YOU A VERY

Happy Birthday

TO YOU

★ ★ ★

ENJOY YOUR SPECIAL DAY

HAPPY BIRTHDAY

Guest Name: ______________________

Favorite Memory: ______________________________________

____

Birthday Wishes: ______________________________________

____

____

Email/Phone: ______________________

Guest Name: ______________________

Favorite Memory: ________________________________

____

Birthday Wishes: ________________________________

____

____

Email/Phone: ______________________

HAPPY BIRTHDAY

Guest Name: ______________________

Favorite Memory: ______________________________________

____

Birthday Wishes: ______________________________________

____

____

Email/Phone: ______________________

Guest Name: ______________________

Favorite Memory: _________________________________

____

Birthday Wishes: _________________________________

____

____

Email/Phone: ______________________

HAPPY BIRTHDAY

Guest Name: ______________________________

Favorite Memory: ____

____

Birthday Wishes: ____

____

____

Email/Phone: ______________________________

Guest Name: ______________________________

Favorite Memory: ____

____

Birthday Wishes: ____

____

____

Email/Phone: ______________________________

HAPPY BIRTHDAY

Guest Name: ______________________________

Favorite Memory: ____

____

Birthday Wishes: ____

____

____

Email/Phone: ______________________________

Guest Name: ______________________________

Favorite Memory: ____

____

Birthday Wishes: ____

____

____

Email/Phone: ______________________________

HAPPY BIRTHDAY

Guest Name: ______________________________

Favorite Memory: ____

____

Birthday Wishes: ____

____

____

Email/Phone: ______________________________

Guest Name: ______________________________

Favorite Memory: ____

____

Birthday Wishes: ____

____

____

Email/Phone: ______________________________

HAPPY BIRTHDAY

Guest Name: ______________________________

Favorite Memory: ______________________________

____

Birthday Wishes: ______________________________

____

____

Email/Phone: ______________________________

Guest Name: ______________________________

Favorite Memory: ______________________________

____

Birthday Wishes: ______________________________

____

____

Email/Phone: ______________________________

HAPPY BIRTHDAY

Guest Name: ______________________________

Favorite Memory: ____

____

Birthday Wishes: ____

____

____

Email/Phone: ______________________________

Guest Name: ______________________________

Favorite Memory: ____

____

Birthday Wishes: ____

____

____

Email/Phone: ______________________________

HAPPY BIRTHDAY

Guest Name: ______________________________

Favorite Memory: ____

____

Birthday Wishes: ____

____

____

Email/Phone: ______________________________

Guest Name: ______________________________

Favorite Memory: ____

____

Birthday Wishes: ____

____

____

Email/Phone: ______________________________

HAPPY BIRTHDAY

Guest Name: ______________________________

Favorite Memory: ____

____

Birthday Wishes: ____

____

____

Email/Phone: ______________________________

Guest Name: ______________________________

Favorite Memory: ____

____

Birthday Wishes: ____

____

____

Email/Phone: ______________________________

HAPPY BIRTHDAY

Guest Name: ______________________________

Favorite Memory: ______________________________

____

Birthday Wishes: ______________________________

____

____

Email/Phone: ______________________________

Guest Name: ______________________________

Favorite Memory: ______________________________

____

Birthday Wishes: ______________________________

____

____

Email/Phone: ______________________________

HAPPY BIRTHDAY

Guest Name: ______________________________

Favorite Memory: ____

____

Birthday Wishes: ____

____

____

Email/Phone: ______________________________

Guest Name: ______________________________

Favorite Memory: ____

____

Birthday Wishes: ____

____

____

Email/Phone: ______________________________

HAPPY BIRTHDAY

Guest Name: ______________________________

Favorite Memory: ____

____

Birthday Wishes: ____

____

____

Email/Phone: ______________________________

Guest Name: ______________________________

Favorite Memory: ____

____

Birthday Wishes: ____

____

____

Email/Phone: ______________________________

HAPPY BIRTHDAY

Guest Name: ______________________________

Favorite Memory: ______________________________

____

Birthday Wishes: ______________________________

____

____

Email/Phone: ______________________________

Guest Name: ______________________________

Favorite Memory: ______________________________

____

Birthday Wishes: ______________________________

____

____

Email/Phone: ______________________________

HAPPY BIRTHDAY

Guest Name: ________________________________

Favorite Memory: ____

____

Birthday Wishes: ____

____

____

Email/Phone: ________________________________

Guest Name: ________________________________

Favorite Memory: ____

____

Birthday Wishes: ____

____

____

Email/Phone: ________________________________

HAPPY BIRTHDAY

Guest Name: ______________________________

Favorite Memory: ______________________________

____

Birthday Wishes: ______________________________

____

____

Email/Phone: ______________________________

Guest Name: ______________________________

Favorite Memory: ______________________________

____

Birthday Wishes: ______________________________

____

____

Email/Phone: ______________________________

HAPPY BIRTHDAY

Guest Name: ______________________________

Favorite Memory: ____

____

Birthday Wishes: ____

____

____

Email/Phone: ______________________________

Guest Name: ______________________________

Favorite Memory: ____

____

Birthday Wishes: ____

____

____

Email/Phone: ______________________________

HAPPY BIRTHDAY

Guest Name: ______________________________

Favorite Memory: ____

____

Birthday Wishes: ____

____

____

Email/Phone: ______________________________

Guest Name: ______________________________

Favorite Memory: ____

____

Birthday Wishes: ____

____

____

Email/Phone: ______________________________

HAPPY BIRTHDAY

Guest Name: ______________________

Favorite Memory: ______________________

____

Birthday Wishes: ______________________

____

____

Email/Phone: ______________________

Guest Name: ______________________

Favorite Memory: ______________________

____

Birthday Wishes: ______________________

____

____

Email/Phone: ______________________

HAPPY BIRTHDAY

Guest Name: ______________________________

Favorite Memory: ____

____

Birthday Wishes: ____

____

____

Email/Phone: ______________________________

Guest Name: ______________________________

Favorite Memory: ____

____

Birthday Wishes: ____

____

____

Email/Phone: ______________________________

HAPPY BIRTHDAY

Guest Name: ______________________________

Favorite Memory: ____

____

Birthday Wishes: ____

____

____

Email/Phone: ______________________________

Guest Name: ______________________________

Favorite Memory: ____

____

Birthday Wishes: ____

____

____

Email/Phone: ______________________________

HAPPY BIRTHDAY

Guest Name: ______________________________

Favorite Memory: ____

____

Birthday Wishes: ____

____

____

Email/Phone: ______________________________

Guest Name: ______________________________

Favorite Memory: ____

____

Birthday Wishes: ____

____

____

Email/Phone: ______________________________

HAPPY BIRTHDAY

Guest Name: ______________________________

Favorite Memory: ____

____

Birthday Wishes: ____

____

____

Email/Phone: ______________________________

Guest Name: ______________________________

Favorite Memory: ____

____

Birthday Wishes: ____

____

____

Email/Phone: ______________________________

HAPPY BIRTHDAY

Guest Name: ______________________________

Favorite Memory: ____

____

Birthday Wishes: ____

____

____

Email/Phone: ______________________________

Guest Name: ______________________________

Favorite Memory: ____

____

Birthday Wishes: ____

____

____

Email/Phone: ______________________________

HAPPY BIRTHDAY

Guest Name: ______________________________

Favorite Memory: ____

____

Birthday Wishes: ____

____

____

Email/Phone: ______________________________

Guest Name: ______________________________

Favorite Memory: ____

____

Birthday Wishes: ____

____

____

Email/Phone: ______________________________

HAPPY BIRTHDAY

Guest Name: ______________________________

Favorite Memory: ____

____

Birthday Wishes: ____

____

____

Email/Phone: ______________________________

Guest Name: ______________________________

Favorite Memory: ____

____

Birthday Wishes: ____

____

____

Email/Phone: ______________________________

HAPPY BIRTHDAY

Guest Name: ______________________________

Favorite Memory: ____

____

Birthday Wishes: ____

____

____

Email/Phone: ______________________________

Guest Name: ______________________________

Favorite Memory: ____

____

Birthday Wishes: ____

____

____

Email/Phone: ______________________________

Guest Name: ______________________________

Favorite Memory: ____

____

Birthday Wishes: ____

____

____

Email/Phone: ______________________________

Guest Name: ______________________________

Favorite Memory: ____

____

Birthday Wishes: ____

____

____

Email/Phone: ______________________________

HAPPY BIRTHDAY

Guest Name:

Favorite Memory:

Birthday Wishes:

Email/Phone:

Guest Name:

Favorite Memory:

Birthday Wishes:

Email/Phone:

HAPPY BIRTHDAY

Guest Name: ______________________

Favorite Memory: ____

____

Birthday Wishes: ____

____

____

Email/Phone: ______________________

Guest Name: ______________________

Favorite Memory: ____

____

Birthday Wishes: ____

____

____

Email/Phone: ______________________

HAPPY BIRTHDAY

Guest Name: ______________________________

Favorite Memory: ____

____

Birthday Wishes: ____

____

____

Email/Phone: ______________________________

Guest Name: ______________________________

Favorite Memory: ____

____

Birthday Wishes: ____

____

____

Email/Phone: ______________________________

HAPPY BIRTHDAY

Guest Name: ______________________

Favorite Memory: ______________________________________

____

Birthday Wishes: ______________________________________

____

____

Email/Phone: ______________________

Guest Name: ______________________

Favorite Memory: ________________________________

____

Birthday Wishes: ________________________________

____

____

Email/Phone: ______________________

HAPPY BIRTHDAY

Guest Name: ______________________

Favorite Memory: ____

____

Birthday Wishes: ____

____

____

Email/Phone: ______________________

Guest Name: ______________________

Favorite Memory: ____

____

Birthday Wishes: ____

____

____

Email/Phone: ______________________

HAPPY BIRTHDAY

Guest Name: ______________________________

Favorite Memory: ____

____

Birthday Wishes: ____

____

____

Email/Phone: ______________________________

Guest Name: ______________________________

Favorite Memory: ____

____

Birthday Wishes: ____

____

____

Email/Phone: ______________________________

HAPPY BIRTHDAY

Guest Name: ______________________________

Favorite Memory: ______________________________

____

Birthday Wishes: ______________________________

____

____

Email/Phone: ______________________________

Guest Name: ______________________________

Favorite Memory: ______________________________

____

Birthday Wishes: ______________________________

____

____

Email/Phone: ______________________________

HAPPY BIRTHDAY

Guest Name: ______________________________

Favorite Memory: ____

____

Birthday Wishes: ____

____

____

Email/Phone: ______________________________

Guest Name: ______________________________

Favorite Memory: ____

____

Birthday Wishes: ____

____

____

Email/Phone: ______________________________

HAPPY BIRTHDAY

Guest Name: ______________________________

Favorite Memory: ____

____

Birthday Wishes: ____

____

____

Email/Phone: ______________________________

Guest Name: ______________________________

Favorite Memory: ____

____

Birthday Wishes: ____

____

____

Email/Phone: ______________________________

HAPPY BIRTHDAY

Guest Name: ______________________________

Favorite Memory: ____

____

Birthday Wishes: ____

____

____

Email/Phone: ______________________________

Guest Name: ______________________________

Favorite Memory: ____

____

Birthday Wishes: ____

____

____

Email/Phone: ______________________________

HAPPY BIRTHDAY

Guest Name: ______________________________

Favorite Memory: ____

____

Birthday Wishes: ____

____

____

Email/Phone: ______________________________

Guest Name: ______________________________

Favorite Memory: ____

____

Birthday Wishes: ____

____

____

Email/Phone: ______________________________

HAPPY BIRTHDAY

Guest Name: ______________________

Favorite Memory: ______________________________________

____

Birthday Wishes: ______________________________________

____

____

Email/Phone: ______________________

Guest Name: ______________________

Favorite Memory: _________________________________

____

Birthday Wishes: _________________________________

____

____

Email/Phone: ______________________

HAPPY BIRTHDAY

Guest Name: ______________________

Favorite Memory: ____

____

Birthday Wishes: ____

____

____

Email/Phone: ______________________

Guest Name: ______________________

Favorite Memory: ____

____

Birthday Wishes: ____

____

____

Email/Phone: ______________________

HAPPY BIRTHDAY

Guest Name: ______________________________

Favorite Memory: ______________________________

____

Birthday Wishes: ______________________________

____

____

Email/Phone: ______________________________

Guest Name: ______________________________

Favorite Memory: ______________________________

____

Birthday Wishes: ______________________________

____

____

Email/Phone: ______________________________

HAPPY BIRTHDAY

Guest Name: ______________________________

Favorite Memory: ____

____

Birthday Wishes: ____

____

____

Email/Phone: ______________________________

Guest Name: ______________________________

Favorite Memory: ____

____

Birthday Wishes: ____

____

____

Email/Phone: ______________________________

Guest Name: ______________________________

Favorite Memory: ______________________________

____

Birthday Wishes: ______________________________

____

____

Email/Phone: ______________________________

Guest Name: ______________________________

Favorite Memory: ______________________________

____

Birthday Wishes: ______________________________

____

____

Email/Phone: ______________________________

HAPPY BIRTHDAY

Guest Name: ______________________

Favorite Memory: ______________________________________

____

Birthday Wishes: ______________________________________

____

____

Email/Phone: ______________________

Guest Name: ______________________

Favorite Memory: ______________________________________

____

Birthday Wishes: ______________________________________

____

____

Email/Phone: ______________________

HAPPY BIRTHDAY

Guest Name: ______________________________

Favorite Memory: ____

____

Birthday Wishes: ____

____

____

Email/Phone: ______________________________

Guest Name: ______________________________

Favorite Memory: ____

____

Birthday Wishes: ____

____

____

Email/Phone: ______________________________

HAPPY BIRTHDAY

Guest Name: ______________________________

Favorite Memory: ______________________________

____

Birthday Wishes: ______________________________

____

____

Email/Phone: ______________________________

Guest Name: ______________________________

Favorite Memory: ______________________________

____

Birthday Wishes: ______________________________

____

____

Email/Phone: ______________________________

HAPPY BIRTHDAY

Guest Name: ______________________

Favorite Memory: ______________________________________

____

Birthday Wishes: ______________________________________

____

____

Email/Phone: ______________________

Guest Name: ______________________

Favorite Memory: ______________________________________

____

Birthday Wishes: ______________________________________

____

____

Email/Phone: ______________________

HAPPY BIRTHDAY

Guest Name: ______________________________

Favorite Memory: ____

____

Birthday Wishes: ____

____

____

Email/Phone: ______________________________

Guest Name: ______________________________

Favorite Memory: ____

____

Birthday Wishes: ____

____

____

Email/Phone: ______________________________

HAPPY BIRTHDAY

Guest Name: ______________________________

Favorite Memory: ____

____

Birthday Wishes: ____

____

____

Email/Phone: ______________________________

Guest Name: ______________________________

Favorite Memory: ____

____

Birthday Wishes: ____

____

____

Email/Phone: ______________________________

HAPPY BIRTHDAY

Guest Name: ______________________________

Favorite Memory: ____

____

Birthday Wishes: ____

____

____

Email/Phone: ______________________________

Guest Name: ______________________________

Favorite Memory: ____

____

Birthday Wishes: ____

____

____

Email/Phone: ______________________________

HAPPY BIRTHDAY

Guest Name: ______________________________

Favorite Memory: ____

____

Birthday Wishes: ____

____

____

Email/Phone: ______________________________

Guest Name: ______________________________

Favorite Memory: ____

____

Birthday Wishes: ____

____

____

Email/Phone: ______________________________

HAPPY BIRTHDAY

Guest Name: ______________________________

Favorite Memory: ____

____

Birthday Wishes: ____

____

____

Email/Phone: ______________________________

Guest Name: ______________________________

Favorite Memory: ____

____

Birthday Wishes: ____

____

____

Email/Phone: ______________________________

HAPPY BIRTHDAY

Guest Name: ______________________________

Favorite Memory: ____

____

Birthday Wishes: ____

____

____

Email/Phone: ______________________________

Guest Name: ______________________________

Favorite Memory: ____

____

Birthday Wishes: ____

____

____

Email/Phone: ______________________________

HAPPY BIRTHDAY

Guest Name: ______________________________

Favorite Memory: ____

____

Birthday Wishes: ____

____

____

Email/Phone: ______________________________

Guest Name: ______________________________

Favorite Memory: ____

____

Birthday Wishes: ____

____

____

Email/Phone: ______________________________

HAPPY BIRTHDAY

Guest Name: ______________________________

Favorite Memory: ____

____

Birthday Wishes: ____

____

____

Email/Phone: ______________________________

Guest Name: ______________________________

Favorite Memory: ____

____

Birthday Wishes: ____

____

____

Email/Phone: ______________________________

HAPPY BIRTHDAY

Guest Name: ______________________________

Favorite Memory: ____

____

Birthday Wishes: ____

____

____

Email/Phone: ______________________________

Guest Name: ______________________________

Favorite Memory: ____

____

Birthday Wishes: ____

____

____

Email/Phone: ______________________________

HAPPY BIRTHDAY

Guest Name: ______________________________

Favorite Memory: ____

____

Birthday Wishes: ____

____

____

Email/Phone: ______________________________

Guest Name: ______________________________

Favorite Memory: ____

____

Birthday Wishes: ____

____

____

Email/Phone: ______________________________

HAPPY BIRTHDAY

Guest Name: ______________________________

Favorite Memory: ____

____

Birthday Wishes: ____

____

____

Email/Phone: ______________________________

Guest Name: ______________________________

Favorite Memory: ____

____

Birthday Wishes: ____

____

____

Email/Phone: ______________________________

HAPPY BIRTHDAY

Guest Name: ______________________________

Favorite Memory: ____

____

Birthday Wishes: ____

____

____

Email/Phone: ______________________________

Guest Name: ______________________________

Favorite Memory: ____

____

Birthday Wishes: ____

____

____

Email/Phone: ______________________________

HAPPY BIRTHDAY

Guest Name: ______________________________

Favorite Memory: ____

____

Birthday Wishes: ____

____

____

Email/Phone: ______________________________

Guest Name: ______________________________

Favorite Memory: ____

____

Birthday Wishes: ____

____

____

Email/Phone: ______________________________

Guest Name: ______________________

Favorite Memory: ______________________________________

____

Birthday Wishes: ______________________________________

____

____

Email/Phone: ______________________

Guest Name: ______________________

Favorite Memory: ______________________________________

____

Birthday Wishes: ______________________________________

____

____

Email/Phone: ______________________

HAPPY BIRTHDAY

Guest Name: ______________________________

Favorite Memory: ____

____

Birthday Wishes: ____

____

____

Email/Phone: ______________________________

Guest Name: ______________________________

Favorite Memory: ____

____

Birthday Wishes: ____

____

____

Email/Phone: ______________________________

HAPPY BIRTHDAY

Guest Name: ____________________

Favorite Memory: ____________________

____

Birthday Wishes: ____________________

____

____

Email/Phone: ____________________

Guest Name: ____________________

Favorite Memory: ____________________

____

Birthday Wishes: ____________________

____

____

Email/Phone: ____________________

HAPPY BIRTHDAY

Guest Name: ____________________

Favorite Memory: ____________________

____

Birthday Wishes: ____________________

____

____

Email/Phone: ____________________

Guest Name: ____________________

Favorite Memory: ____________________

____

Birthday Wishes: ____________________

____

____

Email/Phone: ____________________

HAPPY BIRTHDAY

Guest Name: ______________________________

Favorite Memory: ____

____

Birthday Wishes: ____

____

____

Email/Phone: ______________________________

Guest Name: ______________________________

Favorite Memory: ____

____

Birthday Wishes: ____

____

____

Email/Phone: ______________________________

HAPPY BIRTHDAY

Guest Name: ______________________________

Favorite Memory: ____

____

Birthday Wishes: ____

____

____

Email/Phone: ______________________________

Guest Name: ______________________________

Favorite Memory: ____

____

Birthday Wishes: ____

____

____

Email/Phone: ______________________________

HAPPY BIRTHDAY

Guest Name: ______________________________

Favorite Memory: ____

____

Birthday Wishes: ____

____

____

Email/Phone: ______________________________

Guest Name: ______________________________

Favorite Memory: ____

____

Birthday Wishes: ____

____

____

Email/Phone: ______________________________

HAPPY BIRTHDAY

Guest Name: ______________________________

Favorite Memory: ______________________________

____

Birthday Wishes: ______________________________

____

____

Email/Phone: ______________________________

Guest Name: ______________________________

Favorite Memory: ______________________________

____

Birthday Wishes: ______________________________

____

____

Email/Phone: ______________________________

HAPPY BIRTHDAY

Guest Name: ______________________________

Favorite Memory: ____

____

Birthday Wishes: ____

____

____

Email/Phone: ______________________________

Guest Name: ______________________________

Favorite Memory: ____

____

Birthday Wishes: ____

____

____

Email/Phone: ______________________________

Guest Name: ______________________________

Favorite Memory: ______________________________

____

Birthday Wishes: ______________________________

____

____

Email/Phone: ______________________________

Guest Name: ______________________________

Favorite Memory: ______________________________

____

Birthday Wishes: ______________________________

____

____

Email/Phone: ______________________________

HAPPY BIRTHDAY

Guest Name: ______________________________

Favorite Memory: ____

____

Birthday Wishes: ____

____

____

Email/Phone: ______________________________

Guest Name: ______________________________

Favorite Memory: ____

____

Birthday Wishes: ____

____

____

Email/Phone: ______________________________

HAPPY BIRTHDAY

Guest Name: ______________________

Favorite Memory: ______________________

____

Birthday Wishes: ______________________

____

____

Email/Phone: ______________________

Guest Name: ______________________

Favorite Memory: ______________________

____

Birthday Wishes: ______________________

____

____

Email/Phone: ______________________

HAPPY BIRTHDAY

Guest Name: ________________________

Favorite Memory: ____

____

Birthday Wishes: ____

____

____

Email/Phone: ________________________

Guest Name: ________________________

Favorite Memory: ______________________________________

____

Birthday Wishes: ______________________________________

____

____

Email/Phone: ________________________

HAPPY BIRTHDAY

Guest Name: ______________________

Favorite Memory: ______________________________________

____

Birthday Wishes: ______________________________________

____

____

Email/Phone: ______________________

Guest Name: ______________________

Favorite Memory: ______________________________________

____

Birthday Wishes: ______________________________________

____

____

Email/Phone: ______________________

HAPPY BIRTHDAY

Guest Name: ______________________________

Favorite Memory: ____

____

Birthday Wishes: ____

____

____

Email/Phone: ______________________________

Guest Name: ______________________________

Favorite Memory: ____

____

Birthday Wishes: ____

____

____

Email/Phone: ______________________________

HAPPY BIRTHDAY

Guest Name: ______________________

Favorite Memory: ______________________

____

Birthday Wishes: ______________________

____

____

Email/Phone: ______________________

Guest Name: ______________________

Favorite Memory: ______________________

____

Birthday Wishes: ______________________

____

____

Email/Phone: ______________________

HAPPY BIRTHDAY

Guest Name: ______________________

Favorite Memory: ______________________________________

____

Birthday Wishes: ______________________________________

____

____

Email/Phone: ______________________

Guest Name: ______________________

Favorite Memory: ______________________________________

____

Birthday Wishes: ______________________________________

____

____

Email/Phone: ______________________

HAPPY BIRTHDAY

Guest Name: ______________________________

Favorite Memory: ____

____

Birthday Wishes: ____

____

____

Email/Phone: ______________________________

Guest Name: ______________________________

Favorite Memory: ____

____

Birthday Wishes: ____

____

____

Email/Phone: ______________________________

HAPPY BIRTHDAY

Guest Name: ______________________________

Favorite Memory: ____

____

Birthday Wishes: ____

____

____

Email/Phone: ______________________________

Guest Name: ______________________________

Favorite Memory: ____

____

Birthday Wishes: ____

____

____

Email/Phone: ______________________________

HAPPY BIRTHDAY

Guest Name: ______________________________

Favorite Memory: ______________________________

____

Birthday Wishes: ______________________________

____

____

Email/Phone: ______________________________

Guest Name: ______________________________

Favorite Memory: ______________________________

____

Birthday Wishes: ______________________________

____

____

Email/Phone: ______________________________

HAPPY BIRTHDAY

Guest Name: ______________________

Favorite Memory: ______________________________________

____

Birthday Wishes: ______________________________________

____

____

Email/Phone: ______________________

Guest Name: ______________________

Favorite Memory: ______________________________________

____

Birthday Wishes: ______________________________________

____

____

Email/Phone: ______________________

HAPPY BIRTHDAY

Guest Name: ______________________________

Favorite Memory: ____

____

Birthday Wishes: ____

____

____

Email/Phone: ______________________________

Guest Name: ______________________________

Favorite Memory: ____

____

Birthday Wishes: ____

____

____

Email/Phone: ______________________________

HAPPY BIRTHDAY

Guest Name: ______________________________

Favorite Memory: ____

____

Birthday Wishes: ____

____

____

Email/Phone: ______________________________

Guest Name: ______________________________

Favorite Memory: ____

____

Birthday Wishes: ____

____

____

Email/Phone: ______________________________

HAPPY BIRTHDAY

Guest Name: ______________________________

Favorite Memory: ____

____

Birthday Wishes: ____

____

____

Email/Phone: ______________________________

Guest Name: ______________________________

Favorite Memory: ____

____

Birthday Wishes: ____

____

____

Email/Phone: ______________________________

HAPPY BIRTHDAY

Guest Name: ______________________

Favorite Memory: ____

____

Birthday Wishes: ____

____

____

Email/Phone: ______________________

Guest Name: ______________________

Favorite Memory: ____

____

Birthday Wishes: ____

____

____

Email/Phone: ______________________

HAPPY BIRTHDAY

Guest Name: ______________________

Favorite Memory: ______________________________________

____

Birthday Wishes: ______________________________________

____

____

Email/Phone: ______________________

Guest Name: ______________________

Favorite Memory: ______________________________________

____

Birthday Wishes: ______________________________________

____

____

Email/Phone: ______________________

HAPPY BIRTHDAY

Guest Name: ______________________

Favorite Memory: ______________________

____

Birthday Wishes: ______________________

____

____

Email/Phone: ______________________

Guest Name: ______________________

Favorite Memory: ______________________

____

Birthday Wishes: ______________________

____

____

Email/Phone: ______________________

HAPPY BIRTHDAY

Guest Name: ____________________________

Favorite Memory: ____

____

Birthday Wishes: ____

____

____

Email/Phone: ____________________________

Guest Name: ____________________________

Favorite Memory: ____

____

Birthday Wishes: ____

____

____

Email/Phone: ____________________________

HAPPY BIRTHDAY

Guest Name: ______________________________

Favorite Memory: ____

____

Birthday Wishes: ____

____

____

Email/Phone: ______________________________

Guest Name: ______________________________

Favorite Memory: ____

____

Birthday Wishes: ____

____

____

Email/Phone: ______________________________

HAPPY BIRTHDAY

Guest Name: ______________________________

Favorite Memory: ____

____

Birthday Wishes: ____

____

____

Email/Phone: ______________________________

Guest Name: ______________________________

Favorite Memory: ____

____

Birthday Wishes: ____

____

____

Email/Phone: ______________________________

Guest Name: ______________________________

Favorite Memory: ____

____

Birthday Wishes: ____

____

____

Email/Phone: ______________________________

Guest Name: ______________________________

Favorite Memory: ____

____

Birthday Wishes: ____

____

____

Email/Phone: ______________________________

HAPPY BIRTHDAY

Guest Name: ______________________________

Favorite Memory: ____

____

Birthday Wishes: ____

____

____

Email/Phone: ______________________________

Guest Name: ______________________________

Favorite Memory: ____

____

Birthday Wishes: ____

____

____

Email/Phone: ______________________________

HAPPY BIRTHDAY

Guest Name: ______________________________

Favorite Memory: ____

____

Birthday Wishes: ____

____

____

Email/Phone: ______________________________

Guest Name: ______________________________

Favorite Memory: ____

____

Birthday Wishes: ____

____

____

Email/Phone: ______________________________

HAPPY BIRTHDAY

Guest Name: ______________________________

Favorite Memory: ____

____

Birthday Wishes: ____

____

____

Email/Phone: ______________________________

Guest Name: ______________________________

Favorite Memory: ____

____

Birthday Wishes: ____

____

____

Email/Phone: ______________________________

HAPPY BIRTHDAY

Guest Name: ______________________________

Favorite Memory: ____

____

Birthday Wishes: ____

____

____

Email/Phone: ______________________________

Guest Name: ______________________________

Favorite Memory: ____

____

Birthday Wishes: ____

____

____

Email/Phone: ______________________________

HAPPY BIRTHDAY

Guest Name: ______________________________

Favorite Memory: ____

____

Birthday Wishes: ____

____

____

Email/Phone: ______________________________

Guest Name: ______________________________

Favorite Memory: ____

____

Birthday Wishes: ____

____

____

Email/Phone: ______________________________

HAPPY BIRTHDAY

Guest Name: ______________________

Favorite Memory: ______________________

____

Birthday Wishes: ______________________

____

____

Email/Phone: ______________________

Guest Name: ______________________

Favorite Memory: ______________________

____

Birthday Wishes: ______________________

____

____

Email/Phone: ______________________

HAPPY BIRTHDAY

Guest Name: ______________________

Favorite Memory: ____

____

Birthday Wishes: ____

____

____

Email/Phone: ______________________

Guest Name: ______________________

Favorite Memory: ____

____

Birthday Wishes: ____

____

____

Email/Phone: ______________________

HAPPY BIRTHDAY

Guest Name: ______________________________

Favorite Memory: ____

____

Birthday Wishes: ____

____

____

Email/Phone: ______________________________

Guest Name: ______________________________

Favorite Memory: ____

____

Birthday Wishes: ____

____

____

Email/Phone: ______________________________

HAPPY BIRTHDAY

Guest Name: ______________________

Favorite Memory: ______________________________________

____

Birthday Wishes: ______________________________________

____

____

Email/Phone: ______________________

Guest Name: ______________________

Favorite Memory: ________________________________

____

Birthday Wishes: ________________________________

____

____

Email/Phone: ______________________

Gift Log

Gift	Received By

Gift Log

Gift	Received By

Gift Log

Gift	Received By

Thank you for your purchase! For more fun, unique guest books, log books, notebooks, journals and more, please take a look at www.amazon.com/author/booksbyjenna to view other wonderful books that you'll be sure to enjoy.

Books by Jenna

Printed in Great Britain
by Amazon

26518810R00059